ఆంధ్రరత్న రామదాసు

దుగ్గిరాల గోపాలకృష్ణయ్యగారు.

పీఠిక.

బ్రహ్మశ్రీ ఆంధ్రరత్న రామదాసు మగ్గిరాల గోపాలకృష్ణయ్యగారిచే సంస్కృతమున రచింపబడిన 'శ్రీరంగనాథ ప్రబోధ' మను నవరత్నమాలికయును, మాకు లభించిన కొన్ని తెనుఁగు పద్యములును, ఈ కృష్ణాపుష్కర సమయమున నాంధ్రలోకమునకు సమర్పింపఁ గల్గినందులకెంతయు సంతసించుచున్నాము. ఈ పద్యముల సంఖ్య అతి స్వల్పమైనను, గోపాలకృష్ణుని సహజచమత్కారధోరణి ననుసరించుచుఁ గడు నింపుగను శ్రావ్యముగ నుండుటయే మన దేశమందలి రాజకీయ, మత, సాంఘిక, చిత్రకళాది సమస్యలపట్ల వీనియం దిమిడియుండెడి కవి యభిప్రాయములును, కవి హృదయమును ఆంధ్రమహాజనుల కత్యంతానురాగ దాయకములుగను, ఉత్తమాదర్శ ప్రాయములుగను ఉండగలవని మా యభిప్రాయము.

గోపాలకృష్ణుని ఉపన్యాసములను విని యానందించిన యాంధ్రమహాజనులకు ఆంగ్లమునందే గాక సంస్కృతాంధ్రములందును నతని కుండియుండిన యసమాన పాండితీగరిమ కొంతవఱకు గోచరించియే యున్నది. కాని యతడు ఉభయ భాషలయందునుఁ జక్కని కవితఁ జెప్పఁగలవాఁడని యిపుడు ప్రచురింపబడుచున్న యీ పద్యములను బట్టి తెలియగలదు.

ఇందలి శ్లోకములును, చాలవరకుఁబద్యములును గూడ ఆశువునఁ జెప్పఁబడినవని చెప్పినచో నతని కవితాప్రాగల్భ్యము మఱింత బోధపడగలదు. ఇందలి శ్రీరంగనాథ స్తవము ఇతర స్తవములవలె భగవద్గుణగణములను మాత్రము వర్ణించునదిగాక దేశము యొక్క ప్రస్తుత దీనావస్థను శ్రీ మహావిష్ణువగు శ్రీరంగ నాథస్వామికి నివేదించి అట్టి యవస్థనుండి మోక్షముఁ గల్గించుటకు భగవంతుని ఉద్బోధించుచున్నది. ఇది రావణుని బాధల కోర్వలేక శ్రీమహావిష్ణువునుఁ బ్రార్థించిన నింద్రాది దేవతా స్తవము నొక్కింత పోలుచున్నది. ఈ స్తవము సరస పదగుంభితమై గభీరవృత్తబంధురమై, నూతనభావాన్వితమై, ఝరీవేగతుల్యమగుధారతో నొప్పారుచు నెంతయు రమ్యముగ నున్నది. ఇందలి శ్లోకములు మయూరకవి సూర్యశతకము లోని శ్లోకములకును, పండితరాజకృత గంగా (పీయూష) లహరీశ్లోకములకును నెనయగు చున్నవి. ఇందు తాను "ఆంధ్రోఽహమ్" అని చెప్పుకొనినందున కవియాంధ్ర వ్యక్తిత్వము చదువరులకుఁ బోధపడఁగలదు.

తెలుఁగు పద్యములు గ్రామ్యపదభూయిష్ఠములై శతకకవిత్వమును గొంతవఱకు పోలియున్నను వానికంటె నవియొక విలక్షణమగుత్రోవఁ ద్రొక్కుచున్నవి. శతకముల లోని విమర్శ, వ్యక్తిగతముకాదు. ఇందదియొక విశేషము. ఈపద్యములు దాదాపు అన్నియును సీసపద్యములలోఁ జెప్పఁ

బడినవి. వీనిశైలి మృదుమధురము. సందర్భోచితమగు రస స్ఫూర్తిఁగలిగి, ఏపద్య మెన్ని మాఱులు చదివినను మఱల నొక్కమాఱు చదువుదమన్న యభిలాషను కలిగించుచున్నవి.

ఈపద్యములనుండి మనము గ్రహింపవలసిన యుత్తమాంశము లెన్ని యేనియుఁ గలవు. భక్తాగ్రేసరుఁడగు గోపాలకృష్ణుని యిష్టదైవమగు శ్రీరామచంద్రుని పేరు వీనికి మకుటమై వెలయుచున్నది. ఇందలి 'శంకరుఁడె మహానందిని, సుంకరకొండాయ యామెఁజోద్యంబేలా' యను పద్యములో తాను శంకరుని యపరావతారమని యతఁడు చెప్పుకొనెను. నవీనబ్రాహ్మణ మతస్థాపన సేయఁబూనిన గోపాలకృష్ణుఁడిట్లు చెప్పుకొనుట యేమియు నాశ్చర్యముఁ గలిగింపదు. ఇంతియగాక పండితరాజ, శ్రీనాథాది కవీంద్రులవలె సమకాలీనులగు మహనీయుల నెందఱనో తన పద్యములలో నిరుపమానమగు శైలిని వర్ణించి, వాఙ్మయచరిత్రమునఁ దనతోఁబాటు వారలనుగూడ నజరామరులఁ జేసియున్నాఁడు. మఱియుఁ బాశ్చాత్య నాగరకతావ్యామోహసాగరనిమగ్నమై దరిగానకున్న యీభారతభూమి నుద్ధరింపగల యనేకధర్మసూక్ష్మములనిం దిమిడ్చి ఆర్యసాంప్రదాయములఁ బెక్కింటిని మనకు గోచరించునటులఁ జేసినాఁడు.

ఇతఁడు తనసమకాలికులగుణదోషము లెన్నుచోట విలక్షణమగు త్రోవఁ ద్రొక్కినట్లు పైన వివరించియు

భారతనాయకులఁగూర్చి వ్రాసినపద్యములో "ముందు గతు లెట్లుతానో ఖామందువీవు" అనుటలోఁ దన సహజభక్తి రూపముఁ జూపుటయేగాక ఈ కలియుగమున మన విధ్యుక్త ధర్మమునుగూడ సూచించెను.

శ్రీరాధాకృష్ణయ్యగారిపై వ్రాసినపద్యమందు "తత్త్వశాస్త్రచరిత్రఁ దగలిఖించి" "బాక్కు ఫిలాసఫీప్రొఫెసరువయి" యని వ్రాయుటలో "ఆత్మైక్యబోధేన వినా న ముక్తిః" అను లక్ష్యముఁ జూపినాడు.

ఆంధ్రవాణిని శ్రీమహావిష్ణు సంభూతుఁడగు శ్రీరామచంద్రుని కోడలని పిలుచుటలో కవిసాంప్రదాయముచొప్పున దాను రాముని పుత్రుఁడ ననియును, "ఆంధ్రవాణి" తనకు రాణియనియు సూచించెను.

"ఆంధ్రచిత్రకారుల"ను గూర్చి విమర్శించిన పద్యమొకింత యపోహాకుఁ గారణము కాగలదు. ఆపద్యమిది:

సీ|| దామెర్లరాముణ్ణి సీమలో మెచ్చార
        యెంకిపాటలు నింగికెక్కుచుండె
వంగవాని చటర్జి నింగిలీషు కజిన్సు
        మెచ్చి గ్రంథాల్వ్రాసి యచ్చువేసె
కవుతరయ్యకుమాళ్లు ఖండాంతరంబుల
        గొప్పగొప్పోళ్లంచు గోలపుట్టె
అడవిబాపఁశ్రీ పేరు పడలేదదింకాను
        పడుతుంది థొరలలోఁ బడిన యపుడు

గీ॥ కళలు పుట్టెను తెలుగుల గడ్డలోన
ననుచుఁ "గ్రిటుకులు" ఘోషింతు రౌనుగాని
మాకు మాత్రముఁ గన్పింపమానె నేమొ
రామనగరీనరేంద్ర ! శ్రీరామచంద్ర !

గోపాలకృష్ణుఁడు సహజముగ రసికుఁడు. ఇంగ్లాండు దేశములో డాక్టరు ఆనంద కుమారస్వామి సాహచర్యముచే మనభారతకళాకౌశలమునుఁ జక్కఁగ నెఱిఁగినవాఁడు. ఈ పద్యములోఁ బేర్కొనఁబడిన చిత్రకారు లందఱును నాతని శిష్యకోటిలోనివా రగుటచే వారియందలి వాత్సల్యమునకును, వారి చిత్తరువుల యందలి ప్రేమాతిశయములకును లోటు లేదు. తమకుఁ దోచినరీతినిఁ జిత్రకళలను దేశమం దెల్లెడలను వెదజల్లి ఆంధ్రకళలకు నూత్నవికాసము నొనగూర్ప సమకట్టిన మన యువకబృందము నెడల నాశీర్వాదభావము దక్క వేఱొండుభావ మీతని మనమున నుండెడిదికాదు. అయినను వారల ప్రయత్నములలోఁ బ్రవేశించుచున్న విజాతీయ సాంప్రదాయబీజవైఖరుల నిందు నిరూపించి వారల మనములను స్వసాంప్రదాయములవంకకు మఱల్చుటయే నీపద్యమునం దతడు చూపిన భావము. కలకత్తాలోని భారతచిత్రకళాశాలయందుఁ బ్రధానోపాధ్యాయుఁడగు పెర్సీబ్రౌన్ అను నాంగ్లేయుఁడు మన చిత్రకళనుగూర్చి యిట్లు నుడివెను.

"Viewed generally, however, the condition of Painting in India at the present time is not satisfactory. On the one hand is the new movement, which is appreciated by all, except those to whom it is primarily addressed, for so far it has made a more successful appeal to the European than to the Indian".

Percy Brown.

(సాధారణముగా భారతదేశములోని చిత్తరువుల ప్రస్తుత స్థితిని మనము పరిశీలించినచో నది తృప్తికరముగ నున్నదని మనము చెప్పజాలము. ఈచిత్తరువులు భారతీయులకు ఉద్దేశింపబడిన వైనను నింతవరకును నవి భారతీయుల కంటె పాశ్చాత్యులనే యెక్కుడుగా నాకర్షింప గలిగెను. ఇదియొక గొప్పలోటు.)

ఇట్లు వ్రాసిన బ్రౌన్ పండితుని "విమర్శకు" డందురు (Critic). గోపాలకృష్ణుఁ డన్ననో "వికటకవి" యట! అయినను రామారావు చిత్రములయెడ గోపాలకృష్ణుని యభిప్రాయములు ఈ క్రింద వ్రాయబడినయంశములఁ బట్టి తెలియ గలవు.

రామారావు మరణానంతరమున నాతని పేర నొక స్మారక చిహ్నముగ "రామారావు చిత్రకళాభవనము" అని యొక సంస్థను నెలకొల్పిరి. ఇది "రామారావు ఆర్టు గ్యాలరీ" (Art Gallery) అను నింగ్లీషు భావమునకుఁ బర్యాయ పదమనియును, నిజమగు నాంధ్రకళాస్వరూపము బయల్వెడలవలె నన్నచో రామారావు పేరిట నొక రామాలయము నెలకొల్పవలె ననియును, అపుడే స్వసాంప్రదాయసిద్ధమగు నొక

నూతనకళ వికాసము నొందుననియును, విజాతీయములగు నాదర్శముల వైపు మనదృష్టినిఁ ద్రిప్పఁజూచుట నిజమగు కళా కలాపము కానేరదనియును నాతని యభిప్రాయము.

ఇట్లే "కొత్తిమేరు కవిత్వము" గూర్చియును నతఁడు తన యభిప్రాయముఁ దెల్పినాడు. "కొత్తిమేరుకవిత్వము", ఇంగ్లీషు భాషలో "లిరిక్కు" (Lyric) కవిత్వము ననుకరించుచున్నది. భారత భాగవతాది యుత్కృష్టకల్పతరువు లనేకములు గల మన యాంధ్రవిజ్ఞానోద్యానమున, నేటికి మనకుఁ దటస్థించిన దాస్యశృంఖలములో యన నీ "కొత్తిమేరు వృక్షములు" జేనెడు పొడవును, సన్నని పూవులును, చిన్ని కాయలును, అల్ప వాసనయు నంతే యాయువుఁ గల్గి, వానికిని, తద్రచయితలకును నతియుఁ గతియును లేక అయోమయములగు మార్గములఁ బోయెడు నవీనాంధ్రకవులఁ జూచిన గోపాలకృష్ణునకు విచారముగాక వేఱొండు భావ మెట్లు కలుగును? అల్లసాని పెద్దన చెప్పినట్లు "ఖలము కాకుండునది కావ్యము" అనియెడు గోపాలకృష్ణునికి, అనధికారులగు "మాతృభాషాసేవకులఁ" జూచిన నెంతయు, జాలియు, విచారముఁ గలుగుచుండెడిది. పిల్లలమఱ్ఱి పినవీరభద్రునివలె "వాణి నారాణి" యని చెప్పుకొనఁగల్గిన కవులే యతనికి నచ్చెడివారు.

ఈ విధముననే "యెంకిపాటలు"ను. "యెంకిపాటలు" ఆంగ్లవాఙ్మయచరిత్రలోని "యథార్థ" లేక "సహజ" కవి

త్వము (Realistic Poetry) నకు జొరనజ్ఞాతి. గోపాలకృష్ణుఁడు రచించిన "యెంకిపాటలు" నవీనాంధ్రమునఁ బయల్వెడలిన "యెంకిపాటల"పై విమర్శ యని చదువరు లెఱుఁగఁగలరు. ఇందలి కవి హృదయ మెట్టిదన:—కవిత్వలక్షణ మాదర్శ ప్రాయముగ నుండవలెను. అనఁగా నెట్టి పామరుఁడైన నొక్క పాటను గాని పద్యమును గాని వినుట లేక చదువుట తటస్థించినచో దానివలన నతనికి సహజమైన యీ సంసార పంకమును వీడి క్షణికముగ నైనను, క్షణమాత్రమైనను, పరమార్థచింత గలిగి తనను తరింపఁజేయగల యానంద మబ్బవలెను. బురదలో నున్నవానిఁ దరిజేర్చువాఁడు కవి. అట్టి దియ కవిత్వము. కాని మఱింత బురదఁ బూయుట కవిత్వలక్షణము కానేరదు. మనజీవితమందలి యథార్థపరిస్థితు లైహికములు. పరమార్థము నెఱుకపరచునవి, కళా, శాస్త్ర, గాన, కావ్యాదులు. అట్టి తరి సంసారసాగరమున మునిఁగి తేలుచున్న పామరప్రపంచమునకు మఱింత సంసారబోధ, అనగా, "సహజకవిత్వము", కవిత్వాదర్శములకు విరుద్ధమును, మన జాత్యుద్ధరణముపట్ల నిరర్థకమును, హానికరమును, నగునని గోపాలకృష్ణుని యభిప్రాయము. కవు లాదర్శప్రాయులుగ నుండవలెనుగాని, నీచములగు నంత్యజాతులజీవితమును "యథార్థకవిత్వము" పేరిట "యెంకిపాటల"తోఁ బ్రోత్సహించుట పాడికాదు. మఱియును, "యెంకిపాటలు" వ్రాయువారు, వాని నిజస్వరూప మెఱుఁగరనియు, "యెంకి" యంత్యజాతి స్త్రీ య

గుటచే, కళాశాస్త్రానుసారముగ శంఖినీజాతిస్త్రీ కావలెనని యు నట్టి శంఖినీలక్షణములను వర్ణించుట యథార్థము లైన యెంకిపాట లగుననియును, అతని యభిప్రాయము. అవి యెటు లుండవలెనో మనయాంధ్రకవుల కొక్కింత రుచిజూపి యంతటితో విరమించెను.

ఇక వీని శైలినిగురించి యొక్కింత వ్రాయవలసియు న్నది. ఇవి గ్రామ్యపదములతో కూడినవైనను చక్కని ప్రాస యమకముగల్గి, మోటుసింగారములో నొక్కింత నీటును గనబఱచుచున్నవి. భావప్రాధాన్యముగల యీ పద్యముల నల్లుటలో భాషానియమములనుఁ గొంతవరకు పాటింపకుండు టయు నొక వింతయందమునే వీనికి నొనగూర్చినది. పచ్చి సింగారపుపదముల కూర్పయినను పామరులనేగాక పండితు లనుగూడ మెచ్చించు ఫక్కిని బ్రయోగవైచిత్ర్యము చూపఁ బడినదనియును చదువరులకు విశదము కాగలదు.

ఈ పద్యములలోఁ గొన్నిటిని భద్రముగ దాచి యుంచి దయతో మా కొసగి ఆంధ్రలోకము వానినిఁ జదివి యానందించున ట్లొనర్చిన, రసికాగ్రేసరులగు బ్రహ్మశ్రీ వేపా సుబ్రహ్మణ్యముగారికిని, వీనినన్నిటిని సరిచూచి, ప్రచురణఁ జేయుటలో తోడ్పడిన బ్రహ్మశ్రీ గొల్లపూడి వెంకటేశ్వర్లు గారికిని, కృతజ్ఞతాపూర్వక వందనము లర్పించుచున్నారము.

ఈ పద్యములలోఁ జేర్కొనఁబడిన మహనీయుల గూర్చి గోపాలకృష్ణుఁడు గావించిన విమర్శ కేవలము వ్యక్తిగతము కాదనియును, ఉత్తమలక్ష్యలక్షణభావములతో నట్లొర్చెననియును, వారియందుగాని, వారుచేయుచున్న యత్నములందుగాని, గోపాలకృష్ణునికిఁగాని, అతఁడు నెలకొల్పిన గోష్ఠీసభ్యులకుగాని గౌరవాతిశయములపట్ల నణుమాత్రములోపము ఉండదనియు మనవి చేయుచున్నాము. ఈ పద్యములలో నొకటిరెండు అసంపూర్ణము లయి యున్నను మాయొద్ద నున్నవి యున్నట్లు ప్రచురించుచున్నాము. పూర్తి పద్యము లెవరియొద్దనైన నున్నచో మాకుఁ బంపిన యెడల వానిని కృతజ్ఞతతో నందుకొని రెండవకూర్పునం దైనను బ్రచురించుటకు యత్నింతుము.

సత్యనారాయణపురం,
విజయవాడ.
శ్రీముఖనామ సం॥
శ్రావణ శు ౧౫ లు.

ఇట్లు విన్నవించువిధేయులు,
శ్రీమదాంధ్రవిద్యాపీఠగోష్ఠికిగాను,
విచారణకర్త.

శ్రీరస్తు.

ఆంధ్రరత్న గోపాలకృష్ణుని చాటువులు:

శ్రీరంగనాథ ప్రబోధమ్.

కదా వా కావేరీవిమలసలిలప్రాఙ్గణనట
చ్ఛుభాఙ్గం శ్రీరఙ్గం తమిళహృదయధ్వాన్తదళనమ్
తన్నో త్యాతిథ్యం మే నిజసదసి బన్ధచ్యుతియుతే
ముహూర్తేత్యాక్రోశ న్నిమిషమివ నేష్యామి దివసాన్॥ ౧

కదా వా శ్రీరఙ్గే భవరసతరఙ్గే ఫణితలే
శయానం స్వారాజ్యాసనఘనశయానం హృదిభజన్
అయే రఙ్గస్వామిన్ తమిళజనసంభావితవిభో
ప్రసీదేతి క్రోశ న్నిమిషమివ నేష్యామి దివసాన్॥ ౨

శ్రీరఙ్గేశ కృపాళో తమిళజనసభాధ్యక్షదీక్షాంతరఙ్గ
స్వారాజ్యానన్దనిద్రాపరవశ దురిత ముత్తిష్ఠ భో రఙ్గనాథ
త్రేతాయాం రామచన్ద్రాకృతిధృతభవతా ప్రీణితైవాన్ధ్రభూమి
స్త్వద్ధ్రోహం వర్తమానాంతవభవనకథాం వక్తుమత్రాగతోఽస్మి.

ప్రాచీభాగే విరాగే జగతి నతపతిశ్రీమసంగ్రామికాభ్యాం
హిందూస్థానే పఠాణే ధృతభరతసుతప్రాణహారే కృపాణే
ఆన్ధ్రీయాం ప్రాద్యవిద్యానగరనృపయశశ్శ్రీజభఙ్గావసానే
ఆయాతాస్త్వాఙ్గ్లజాతా వణిజగణమిషేణాత్ర చిత్రార్థతన్త్రాః॥ ౪

బిభ్రాణా వామనత్వం ప్రథమమథ పృథివ్యాంతు సంపాద్య దేశాన్
ద్వీపాన్ యూరప్సమీపాం స్తదను దశదిశాక్రాన్తఖండా
న్తరస్థాన్।
ఏషా సామ్రాజ్యశాలా జ్వలితరవినిరస్తాంశుమాలా విశాలా
తేయేత్వాత్సాన్ద్రనిద్రాపరవశసమయస్వామ్యసర్వార్యభూమ్యాః॥

వాణిజ్యార్థం సమాజః పరికలితమతోఽనేకవర్షా న్సభార్షి
దార్యావర్తప్రవృత్తాఖిలకలహతలే పంచతన్త్రప్రపఞ్చమ్।
నిక్షిప్యాక్షిప్య రాజ్ఞాం క్రమగమితమథా సేతుశీతాచలాన్తం
ఆంగ్లే రాజ్యే ఖలుమిళిత మభూత్తస్య వశ్యా వయంతు॥ ౬

శ్రీమాధిక్య స్తదానీం గతవిమతనియన్తృస్వాన్తసంజాతనీతిః
విద్యాత్వప్రాచ్యవిద్యా విపశుజలఫలోద్వృక్షపాషాణపణ్యా
యాతి క్లాన్తిం ధరిత్రీ లవణమపి ఋణగ్రస్తమాస్తిక్యశూన్యాః
నిస్తేజాస్తే ప్రజాస్తైర్హృతసకలకలోద్భూతనిద్రాదరిద్రాః॥ ౭

ధర్మవ్యాఖ్యానదానాధ్యయనజపతపశ్శీలసత్యవ్రతాదీన్
సన్త్యజ్య స్వీయధర్మా నసురపథచరా భూసురా దోషపూరాః

అన్యైశ్శిక్షాఙ్గ్లహైన్యైత్వహితజనవచోద్భిన్నఖిన్నాన్తరఙ్గాః
సర్వేప్యాఙ్గ్లేయదేయతృణభరణకణాః ప్రీతిముత్పాదయన్తి॥౨

దృష్ట్వా దాస్థిత్యమేతద్వ్యధికృతమితి సంశోధ్య కారుణ్యసాన్ద్రః
వ్యామోహవ్యూహదాహప్రతతులితగృహీతోగ్రసత్యాగ్ర
హో యః
ప్రేమాశ్రాన్తప్రశాన్త ప్రతప్రణుత మహీ మోహనాజ్యో
మహాత్మా
గాన్ధీ స్వారాజ్యగన్ధిప్రవిచలదధునా సఖ్యవైముఖ్యరోగమ్॥౩

(ది 3-10-1922 తేదీని శ్రీరంగములోఁ జెప్పినవి.)

శ్రీ రామలింగేశ్వరస్వామి

(ఈ పద్యము శ్రీరామనగరున 7-3-1925 న శ్రీరామాలయము
శంకుస్థాపనచేయుసమయమునఁ జెప్పఁబడినది.)

సీ॥ శ్రీగిరిజాసతి స్మితముఖాంభోరుహ
సారస్యమధుపానసమయములను
బ్రహ్మాదిమునిముఖ్య ప్రార్థితదానవ
సంతానసంహారసమయములను
వరకుచేలాదిభూసురభక్తసంతతి
సంరంభసాదృశ్యసమయములను
నవయుగోదయవేళ భనసమంచితవస్తు
సంతానము సృజించు సమయములను

తే॥ గీ॥ ప్రళయతాండవ ముద్దండలీల వెలయు
రాజరాజేశ్వరీమనోరాజ్య మేలు
సమయముల నాదుఁ బల్కులఁజాడ వినుము
రామనగరీవరాంగ! శ్రీరామలింగ!

15

శ్రీ రామచంద్రుఁడు

శ్రీవిభుఁడు శ్రీరామచంద్రుఁడు
భూవిభుఁడు కోదండరాముఁడు
భువిని వెలసెను రామనగరిని
కవిజనాశ్రయుఁడై.

శ్రీవరుఁడు సుగుణాభిరాముఁడు
భవుఁడు శ్రీ కోదండరాముఁడు
అవనిభారముఁ బాప మాపురిఁ
బవనసూనునిఁ గూడి వెలసెను
కవనగానవినోదవాక్సుమ
సవన మర్పింతుఁగ.

ప్రతిమారాధన

(ది **2-2-26** న గుంటూరుపురమున నున్నపుడు వేమన శతకములోని **యీ**క్రింది పద్యములను జదివినమీఁదట జెప్పిన పద్యము**లు.**)

ఆ॥ తోలుకడుపులోనఁ దొడ్డవాఁ డుండఁగ
రాతిగుళ్ళ నేల రాశిఁబోయ
రాయి దేవుఁడైన రాసులమ్రింగదా
విశ్వదాభిరామ వినుర వేమ.

* * * *

ఆ॥ శిలలఁజూచి నరులు శివుఁడని భావింత్రు
శిలలు శిలలెకాని శివుఁడు కాఁడు
తనదులోని శివునిఁ దా నేల తెలియఁడో
విశ్వదాభిరామ వినుర వేమ.

* * *

షరా:—గోపాలకృష్ణుని పద్యములు 17 వ పుటలో చూడుఁడు.

ప్రతిమారాధన

శిలల లోనఁ గల్లుజీవునిఁ దెలియక
వానినిశ్చలతయు వానిపరతఁ
దెలియ కిట్లు బ్రేలఁదెలివి యానట నీకు
వినయ మెపుడుగల్గు వెఱ్ఱివేమ.

తోలుకడుపువాఁడు సోలెఁడైనను గోరు
రాశియైనను శూన్యరాశినైన
ముట్టకుండనే మెచ్చు చట్టుదేవుఁడు రోరి
తెలియ కిట్లు తూలితేల వేమ.

*తోలుకడుపువాఁడు సోలెఁడైననుఁ గోరు
రాశియైనను మ్రొక్కుబోసియైన
రాతిదేవుఁ డెపుడు రవ్వంత ముట్టడు
[పేదవానికైన పెన్నిధిరా రాయి]
తెలియ కిట్లు తూలితేలవేమ.

---

* (పైపద్యమునకుఁ బాఠాంతరము.)

శ్రీ మంగళగిరి నృసింహస్వామిని గూర్చి

(ఆంధ్రరత్నము 1926 సం॥ములో కొంతకాల మౌషధసేవఁ జేయుచు మంగళాద్రియం దుండెను. అచ్చటనుండి ది 23-5-26 న రామనగరున కేగుచుఁ జెప్పిన పద్యములు.)

ఉ॥ ఎండల కోర్వలేక యిటు లింటికి వచ్చితి నంతెకాని నీ
యండను వీడలేదు భవదంఘ్రియుగంబు సదా మదీయహృ
న్మండలి నిల్పినాఁడ ననుమానము వీడవె నాదుజాడ్యముల్
జెండవె మంగళాద్రినరసింహ! సుధాలయ! పానకాలయా॥

ఉ॥ ఎండల కోర్వలేకఁ జుమి యింటికి వచ్చితి మంగళాద్రికిన్
రెండవసాటి రామనగరీక్షితియంచునుఁ దొల్లి త్రేత కా
లాండపురామచంద్ర విమలాకృతితో నటు నీవ కావె మా
కండగనిల్చి ప్రోతువు శుభాద్రినృసింహయ! పానకాలయా॥

మహాత్ముని యుపవాసము.

(1924 సం॥రమున ఢిల్లీయందు జరిగిన గాంధీమహాత్ముని యుపవాస సందర్భమునఁ జెప్పిన పద్యము)

సీ॥ వాదవైఖరిఁ ద్రోలి వేదాంతరతిఁ దేలి
స్వారాజ్యపారంబుఁ జేరుకొఱకు
వ్యవహారనయసమన్వయభవ్యమార్గ మా
సేత్వగస్థలిఁ బ్రతిష్ఠించుకొఱకు
హింసాపథాగత ధ్వంసియౌధర్మంపు
వంశం బహింసచే పర్ధిలుటకు
లోకకళ్యాణమ్ముఁ జేకూర్ప నాత్మార్ప
ణమ్మును నార్షపథమ్ముఁ దుదకుఁ
బూనినాడు మహాత్ముఁడు భూభరమ్ము
బాపఁగా నేడు మహాదుపవాసవ్రతము
ముక్తిసుముహూర్తవేళలు మూగిన విశ
రామవగరీనరేంద్ర! శ్రీరామచంద్ర.

తన్ను గూర్చి

(1920 సం॥ లో మహానందియందు జరిగిన యాంధ్రమహా సభాసమయమున బందరు పెద్దలు కొందఱు తనను "సుంకర కొండ"డని యెగతాళి సేయగా నిచ్చిన జబాబు. ఇందు తాను శంకరుని యపరావతారమని చెప్పుకొనెను.)

క॥ బింకాలు పలుకు బందరు
కుంకల ఘీంకార మెల్లఁ గీడ్వడ సేయన్
శంకరుఁడౌ మహానందిని
సుంకరకొండాయ యాయెఁ జోద్యం బేలా.

తన్నుగూర్చి

సీ॥ వేదాంతములతోడ వెక్కిరింతలతోడ
లెక్చర్ల సాగించు లీల నెవఁడు
లక్ష్య మొక్కటిలేక యక్షగానములతో
కాలంబు వృథబుచ్చు ఘనుఁ డెవండు
చీరాల పేరాల చిన్నిగ్రామంబుల
దోస మెన్నక కొంపఁదీసె నెవఁడు
ఆంధ్రరత్నం బంచు నహమికతోఁ బెద్ద
పిన్న లంచును మది నెన్నఁడెవఁడు
[ఆంధ్రరత్నం బంచు నధమపక్షము సుంక్రి
కొండడై యరికోటిఁ జెండు నెవఁడు]
అట్టి గోపాలకృష్ణుని హాస్యసరళి
గోలకృష్ణునిఁగాఁ జేసి కొఱఁతఁదీర్చెఁ
గాక(పట్టు) పగ్గము లుండునే "గాడ్డు" కైన
రామనగరీనరేంద్ర! శ్రీరామచంద్ర.

నాన్‌కోఆపరేషన్ నాయకులు.

సీ॥ గాంధిదేవుని రాక కంచు ఢక్కలఁగాక
కరతాళశబ్దాల జరువుఁగోర *
దేశబంధునిదశ ద్దివసాలతోఁ దీరె
రాజగోపలచారి బూజుఁబట్టె
కొండెంకటప్పన్న ఉండిలేకుండెను
భాయిపటేల్లు నిర్భాగ్యులైరి
లాలలజపత్రాయి కోలుపోయెను శ్రద్ధ
చండి సరోజిని పండిపోయె
అలీలు గోలీలఁ గేళీసవాల్ మాని
ఖాలీగ తాలీలపాలఁబడిరి
జమ్నలాలూ సెట్టి తుమ్నవీముఁబట్టి
ఖద్దర్దుకాన్సబ్ సర్దుచుండె
మొదటితాకిడి కింతటి మోసమయ్యె
ఖ్యాతికొక్కఁడు నిల్చె మా మోతిలాలు
ముందు గతు లెట్టులౌనొ ఖామందు వీవు
తామనగరీనరేంద్ర! శ్రీరామచంద్ర.

---

* "పురుషోత్తముఁ డనుకొన్నాము. ఉత్తమపురుషుఁ డైనాఁడు."

ఆంధ్రవాణీవిలాపము

సీ॥ రామలింగారెడ్డి సీమరాజుల షెరీక్
చేరి సర్ బొందంగ గోరుచుండె
గంధికోమటి నన్ను హిందిచే నెట్టించి
బందిలోఁ బెట్టింపఁ బంపుచుండె
పండితుం డనువాడు తిండికై వెండికై
చండాలుకడ నైన నుండుచుండె
కోతిమేరు కవిగాళ్ళగతు లయోమయములై
నన్ను వీధినిఁ బెట్ట నెన్నుచుండె
అకట! దిక్కెవ్వ రింక నా కవనియందు
అనుచు నేడ్చుచు నున్నది యాంధ్రవాణి
నీదుకోడలిమానంబు నిలుపవయ్య
రామనగరీనరేంద్ర! శ్రీరామచంద్ర!

ఆంధ్రికళలు

సీ॥ దామెర్ల రాముణ్ణి సీమలో మెచ్చారు
యెంకిపాటలు నింగి కెక్కుచుండె
వంగవాసి ఛటర్జి నింగిలీషు కజిన్సు
మెచ్చి గ్రంథాల్వ్రాసి యచ్చువేసె
* కవుతరయ్యకుమాళ్లు ఖండాంతరంబులఁ
గొప్ప గొప్పోళ్లంచుఁ గోలపుట్టె
అడవిబాపడిపేరు పడలేదదంకాను
పడుతుంది ధోరలలోఁ బడినయపుడు
కళలు పుట్టెను తెలుగులగడ్డలోన
ననుచు "క్రిటికులు" ఘోషింతు రాను గాని
మనకు మాత్రము గన్పింపమానెనేమొ
రామనగరీనరేంద్ర! శ్రీరామచంద్ర!

---

* కవుతా శ్రీరామశాస్త్రిగారు.

బాపట్ల

(రావూరి శ్రీశైలపతిగారు దయతో నొసంగిన పద్యము.)

సీ॥ భావనారాయణస్వామి నీమముఁబూను
గుడిలోని వేదాంతగోష్ఠితోను
శివదివాణముకాడ 'సినిమ' నాట్యమ్మాడ
సంధ్యానటన వీడు సాంబశివుఁడు
దేశాంతరులనీతి కోశాంతముగఁబాతి
ఆశాంతమును జూతు రవనిసురలు
చతురులింతులు లేక యితరు లంతకు రాక (?)
రసికత్వము హసించు రాజవీథి
పంచభూతములవి బారె నంచులకును
పుర మరాతులదయ్యెను భూత మేమొ!
బాగుఁజేయుము బాపట్ల వేగ మీవు
రానునగరీన రేంద్ర! శ్రీరామచంద్ర.

గుంటూరుపురము

(గుంటూరులో పురపాలకసంఘముతరఫున గ్రంథాలయముఁ దెఱచు సందర్భమున శరీరములో నస్వస్థతగా నున్నందున కూర్చొని యుపన్యసించె దనని గోపాలకృష్ణుఁడు చెప్పగా సభలో నెవ్వరో "అస్వస్థతగా నుండగా నెందుకిచ్చటికి వచ్చినా"రని యసభ్యముగాఁ బల్కిరి. అందుపై సభలో కల్లోలము పెరిగెను. తుదకు గోపాలకృష్ణుఁ డీపద్యమును ఆశువుగాఁ జెప్పి సభికులఁ దృప్తిపఱచి, సభను శాంతింపఁజేసెను,)

సీ॥ సకలోద్యమవ్యాప్తి కకలంకనిలయమై
శరణిచ్చుపురము గుంటూరుపురము
తిక్కనాదిమదాంధ్రదిగ్గజేంద్రవిహార
సారభూతలము గుంటూరుపురము
దేశకల్యాణసందేశనిర్వహణాఖ్య
ఘోరాధ్వభూమి గుంటూరుభూమి
ఆంధ్రావనీ స్వరాజ్యాప్తియావేళల
మారాజధాని గుంటూరుపురము
నాదు ప్రాణంపుసఖుఁడు శ్రీనడిమిపల్లి
నరసభూవిభుఁ డిందేల సరసలీల*
రాకయుండునె ప్రాణంపుఁ బోకయైన
రామనగరీనరేంద్ర శ్రీరామచంద్ర.

---

* (లీలన్ = లీలఁగా) శ్రీ నడిమిపల్లి నరసింహారావుగారు పురపాలక సంఘాధ్యక్షులుగా నుండిరి.

గుంటూరివారు

(ది 26-2-26 తేదీన గుంటూరుజిల్లామహాసభకు. ఆహ్వానసంఘాధ్యక్షుఁడుగ గోపాలకృష్ణుఁడు సభికుల కొసంగిన స్వాగతపద్యము.)

సీ॥ శ్రీమదాంధ్రావనీ క్షేమమీమాంస వి
స్తారపూరితులు గుంటూరివారు
తిక్కనాది మదాంధ్రదిగ్గజేంద్రవిహార
సారభూవరులు గుంటూరివారు
నిఖిలాంధ్రనేతృత్వ నిరుపమప్రజ్ఞాప్ర
కారపారగులు గుంటూరివారు
ధర్మసంగ్రామసందర్భనిర్భరవాక్య
శూరాగ్రవరులు గుంటూరివారు
వార లిచ్చుచునున్నారు స్వాగతంబు
ధర్మదీక్షితులగు సత్యాస్త్రరతికి
చేరి నటియింపు వారి హృత్సీమలందు
రామనగరీనరేంద్ర! శ్రీరామచంద్ర!

నరసారావుపేట

సీ॥ గృధ్రవాయసవాసభద్రభంగి హసించు
మిద్దెకొంపలకాంతి మేహశాంతి
కాకిబంగారంబుఁ గడుపారఁ గన్నకం
సాలకౌశికుపట్టి నేలమట్టి
లంకాపురాధీశు పంకాలలోఁ బుట్టి
పైఁబడి బతిమాలు పైరుగాలి
చెలికాఁడు కోటయ్య యిలవీడి కొండెక్క*
గంగ చొచ్చెను భూమిగర్భశరణు
అకట! నరసన్నరాయని వికటపేట
గగన మొక్కటి కల దందుఁ గఱవుదీర
గాక నేఁగెదె పురివీడి కాననముకు
రామనగరీనరేంద్ర! శ్రీరామచంద్ర!

*కోటప్పకొండ.

ఆంధ్రసభాధ్యక్షులు

సీ॥ బయ్యా నరసిమ్మయ్య బ్రహ్మలోకాన్నుండ
న్యాపతి సుబ్బన్న చూపుతగ్గ
పానుగంటివిభుండు వ్రిథమప్రిథానియై
ప్రిభులచెంతను జేరి యొదిగియుండ
మోచర్ల రామన్న ఖేచరుండై యుండ
*కే. వి. కృష్ణారావు కీర్తిబుగిలె
పట్టాభిసీతన్న గుట్టుగా కాలంబు
'జన్మభూమి'నిఁ జేరి జరుపుచుండ
వీర లందఱు మూడరేట్వేధివారు
ఆంధ్రిసభ మున్ను నేలి రత్యాదరమున
నేడు మనపాలఁ బడియెను నిశ్చయముగ
రామనగరీనరేంద్రి! శ్రీరామచంద్రి!

---

* కే॥ శే॥ పోలవరం జమీందారుగారు.

ఆప్తవాక్యము

(శ్రీయుత నడిమిపల్లి నరసింహారావుగారికిఁ జెప్పినది)

సీ॥ సత్త్వమూర్తివి నీవు సతతతామసగుణా
క్రాంత ప్రాంతభ్రాంతరంగ మద్ది
దానశీలుఁడ వీవు దానవాంఛితదీన
నిర్ణయాంతరపూరదుర్ణయ మది
త్యాగభోగివి నీవు రాగసాంగత్యసం
జాతపాతకకర్మవ్రాత మద్ది
బ్రాహ్మణోత్తముఁడ వీవబ్రాహ్మణాంగ్లేయ
దాంపత్యదుస్సంప్రదాయ మద్ది
అని ముసిసిపాల్టి వర్ణింతు ననవరతము *
నాదుప్రాణంపుసఖునకు నయముమీర
గలుగ నిమ్మివు డాత్మీయజ్ఞానపటిమ
రామనగరీనరేంద్ర! శ్రీరామచంద్ర!

* చీరాల నాయకుఁడైన గోపాలకృష్ణుఁ డీ పద్యముఁ జెప్పుటయెంతయు సమంజసముగ నున్నది. మనప్రస్తుత పురపాలన 'పానా–పాన పరిపాలన' యని యాతఁడొకానొకసమయమునఁ జమత్కారముగ నుడివెను.

కాశీనాథుని నాగేశ్వరరావుగారు

సీ॥ ఆంధ్రపత్రికతోడ నమృతాంజనం బిచ్చి
తలనొప్పిఁ బాపెడు ధన్యుఁ డెవఁడు
లక్షలాదిగ డబ్బు దీక్షతో సమకూర్చి
భిక్షుకోటినిఁ గాచు దక్షుఁ డెవఁడు
పత్రికాన్ఫరెన్సునుగతి సీవెయని వేడ
ప్రెసిడెంటుగా నేలు రసికుఁ డెవఁడు
మితవాదిహితుఁ డౌచు నతివాదగతుఁ డౌచు
నందు నిందునుఁ జేరు... డెవఁడు
అట్టి కాశినాథుని నాగయాహ్వాయుండు
పుట్టకుండిన నాంధ్రంబు పుట్టిమునిఁగి
గిట్టకుండునె యేనాఁడో యట్టెసీల్గి
రామనగరీనరేంద్ర! శ్రీరామచంద్ర!

టంగుటూరు ప్రకాశం పంతులుగారు

సీ॥అరవవాగ్వ్యాపార మచ్చు దా నొత్తుచు
*మలయాళభగవతిఁ గొలుచు నెవఁడు
అగ్నిసాక్షిగఁ గొన్న నంబుజాక్షిని వీడి
ధనయశఃకాంతలఁ దగిలె నెవఁడు
ఆంధ్రకాంగ్రెసు సభాధ్యక్షతఁ జేబూని
భారతావని నేలఁ గోరు నెవఁడు
లోకసంగ్రహదీక్షఁ బ్రాకి పై కెక్కి తా
"స్వారాజ్య" మందంగ గోరు నెవఁడు
కాలభైరవభీకరోగ్రానలప్ర
కాశమూర్తియై గ్రాలుఁ బ్రకాశమూర్తి
కలుగ దేశాని కింకేమి గల్గు కొదువ
రామనగరీనరేంద్ర శ్రీరామచంద్ర.

* స్వరాజ్యపత్రిక కప్పటి సంపాదకు డగు కె. యం. పనికరుగారు

ఢిల్లీ కాంగ్రెస్

సీ॥ కొండవెంకటప్పయ్య కొండంత కోపాన
చిట్టు బుట్టాడుచుఁ జిందులేసె
టంగుటూరి ప్రకాశ "మింగ" వచ్చినవాడి
"డింగి"* ఫీవరుతోడఁ గ్రుంగిపోయె
అయ్యంకి రమణాయ ఘొయ్యొ పార్టీ యంచుఁ
గుయ్యో మొఱ్ఱో యంచుఁ గూయసాగె
... ... [అసంపూర్తి]

ప్రొఫెసరు రాధాకృష్ణయ్యగారు

సీ॥ అమెరికాఖండాని కద్వైతమును దెల్పి
తత్త్వశాస్త్రచరిత్రఁ దగ లిఖించి
వంగవిద్యాలయరంగమందు నటించి
బొక్కు-ఫిలాసఫీ ప్రొఫెసరువయి
ఆక్స్ఫర్డునందలి యువధూతలకు నెల్ల
వేదాంతమును గొంత వేడ్కఁ దెల్పి
... ... [అసంపూర్తి]

కాన్పూరు కాంగ్రెస్

సీ॥ గంగామహాదేవి గంజిపోసినఁ ద్రావి
గతిమాలినూరురా కానుపూరు
వాల్మీకి ఋష్యాది వాటికలకు వల్ల
కాటి కిప్పటిపేరు కానుపూరు
భారతస్వాతంత్ర్య ఘోరాహవోద్భవ
ఖడ్గకూపవిహారు కానుపూరు
వాల్మీకి వాక్కుతో లాల్మిలి* కహాతతో
కాస్మపాలిటనూరు కానుపూరు
నేటి కొచ్చెను కాంగ్రెసువేటగాడు
శక్తి లేదింక నీయెడ భక్తిలేమి
గాక నీయెడ యత్తింటి గతి యఁదేల
రామనగరీనరేంద్ర శ్రీరామచంద్ర.

---

* లాలిమ్లిమిల్లు.

శ్వేతరీతులు

సీ॥ వెంటవెంటనె బోయి గుంటజంటను దెచ్చి
యొంటిగంటకు నింట ...చుంట
షాపుదాపులఁ జేరి కైపు నోపుగఁ జేసి
తాపమాపగలేక గ్రోవుచుంట
చాటుహొటలులో దూరి హాటుహాటువి మంచి
యేటప్లేటులఁ దెచ్చి యీటు*చుంట
రానవాసములందు దాసిలెస్సీల సం
డేసు గూసులచిందు♦లేసు చుంట
శ్వేతరీతులు బూతులు నీతు లుత్త
పాలిటిక్సును...................
డబ్బు దబ్బునఁ గోల్పోయి డాబుగాను
ఆంధ్రభూమినిఁ దిరుగుదు వాధవాని.

* Eat - తినుట.

♦ The ass-dance and the goose dance - పాశ్చాత్య నాట్య రీతులు.

చదువు మోపైన చానలు

సీ॥ ప్రక్కకు పాపిళ్ళు నిక్కిన ముక్కోళ్ళు
వాడిపోయిన మోము బీడు కళ్ళు
ఎండిపోయిన ...... పండిపోయినముళ్ళు
కాళ్ళకు మేజోళ్లు కళ్ళజోళ్ళు
మళ్ళుగట్టినజుట్టు ముళ్ళుపెట్టినకట్టు
నక్కి గుట్టినబట్ట నడుము తట్ట
సందుచేసినచంక కందిపోయినడొంక
పలుచఁబాఱినతోడ పలకలమెడ
గూని రెక్కలు చుక్కాని లేసిపాణి
పసిఁడిపళ్ళును కుళ్ళిన ముసలిపెదవి
చదువు మోపైన చానలచంద మార
రామనగరీనరేంద్ర శ్రీరామచంద్ర.

బందరుసభలు

(**1925** బందరు ఆంధ్రరాష్ట్రీయ మహాసభలఁ గూర్చి)

బడాయి కోర్లన్న, కాంగ్రెసు
బడాయి కోర్లన్న
బందరులోన సందడిఁ జేసిరి ॥బ॥

విందులు చిందులు తందనాలతో
వందలకొలదిగ సందడిఁ జేసిరి ॥బ॥

పొట్టమాటలను చాటుధారలను
వోటుకు, రైటుకు లోటుపడక బహు
బూటకములతో నాటకములతో
ప్లాటుఫారమున ఘాటుగ వాగిరి ॥బ॥

"యెంకి పాటలు"

జింక సూపుల్దించు
వంకాయ సాయంచు
డంకాల పిట్టించు
సంకబల్ బిగుతంచు
ఒంకాయ సన్నంచు
ఒంకె ముదరని దంచు ।హాయి।
డొంకలోపల సూత్తివి ।యెంకిని।
సూడగానే తెత్తివి ।యింటికి।
జంకులేకను తెత్తివి।సుబ్బిగా।
యెంకి పిల్లనీ దెత్తివి ... ... ॥ఛీ॥ ౧

యెంకి పిల్ల న్దెచ్చి
సంక కెక్కిచ్చావు
సదువు సెప్పిచ్చావు
సరసాలు నేర్పేవు
సాకేవు బాగానె గానీ ।సుబ్బిగా।
సాయల్లి మటీగిందిరా ।సిన్నది।
సాయల్లి మటీగిందిరా. ... ... ॥ఛీ॥ ౨

యెంకి సరసాలలో
సంక నాకడ ముంది
సావ ... ... ముంది
... గుద్దడ ముంది ।హుం।
సొళ్ళు జుత్తడముంది ।హుం।
నాజూకు లేదురా ... సుబ్బిగా ... ॥ఛీ॥ ౩

సోకుమీనా దాని
... నాకినఁగాని
కుతిదీర దంటుందిరా ।కుత్తది।
అతి వెత్తినుంటుందిరా ।హుం।... ... ౪
సిలుకుసీరెల్ గట్టి
థళుకుపూసల్ బెట్టి
ఉలుకునూపుల్ సూళి
కులుకు కులికేతల్కి
ఎలికలా బడ్డారురా ।సుబ్బిగా।
ఎలికలా బడ్డారురా... ... ౫

శాసనసభా బహిష్కారముం గూర్చి

(కారాగార విముక్తుఁడై వచ్చుచు మదరాసు నగరమునం దిచ్చిన యుపన్యాస సందర్భమునఁ జెప్పినది)

న యాచే రిఫారం - నవా స్టీలు ఫ్రేముం
న కౌన్సిల్ నతు ప్రీవికౌన్సిల్ పదం వా
స్వరాజ్యార్థి హన్తాంగ్లరాజ్యే నియన్తా
ఫరంగీ ఫిరంగీ దృగంగీకరోతు.

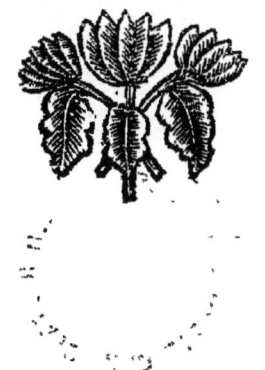

స్వస్తిశ్రీ రామార్పణ మస్తు.

www.ingramcontent.com/pod-product-compliance
Lightning Source LLC
LaVergne TN
LVHW020125220825
819277LV00036B/591